# காதலாடு க(ா)தை

## வர்த்தினி

INDIA · SINGAPORE · MALAYSIA

ISBN  979-8-89363-391-7

# பொருளடக்கம்

# பச்சைக்கிளியோடு வந்த பைங்கிளி

சேரநாட்டு தேவதை இவளோடு
சேர்ந்து வந்ததோர் பச்சைக்கிளி
கிளிப்பேச்சுக்கு காத்திருக்கிறோம்
கிளியிரண்டில் எதுவாயினும்

கூண்டுக்குள் குட்டிக்கிளியது
கிலியிலிருப்பதாய் தோன்றவில்லை
கூடும்வரை பெண்ணருகிலிருக்கும்
களிப்பிலிலேயே கிடக்கின்றது

பொட்டு தங்கம் இல்லாத
பொன்னழகு மேனியவள்
கருகமணியும் கருவளையோடும்
கருமைவிழியோடும் காந்தமானவள்

நன்னாள் மொழிகேட்க
நானிலமே காத்திருக்கு
நல்ல குறி நீ சொல்ல வேணும்
நாடு நகரம் செழிக்க வேணும் 

# மெய்யழகி

கருங்கூந்தலிடம் தோற்றே
        மேகக்கூட்டம் விழிநீர் வடிக்க
புருவத்திடம் போரிட்டு
        வானவில்லும் புறமுதுகிட
கருவிழியிடம் காதல் சொல்ல
        வண்டினம் வரிசைக் கட்ட
கடைவிழிப் பார்வையிலே
        கயவரும் கள்ளம் மறக்க

கொக்கியாய் வளைந்தே
        சுண்டியிழுக்கும் எள்ளுப்பூ நாசி
பஞ்சான அவள் செவிக்கு
        பாரின் மலர்களளெல்லாம் தூசி
பால் நிறத்து பல் தாங்கும்
        போதையிதழ் புன்னகை வீசும்
செம்மொழியை நீ உதிர்க்க
        குயிலும் வாய்திறக்கக் கூசும்

"

முத்தமிடும் உதட்டிற்கு வாகாய்
        மெலிதான அவள் கழுத்து
மேலுரைக்க சொல்லில்லாது
        கீழடியில் ஒரு பொலிவு
மெல்லிடையாள் அல்ல அவள்
        மோகத்திடையாள் மேன்மை
மேகலையின் தேவையில்லா
        மெய்யழகென்பதே உண்மை

நாணத்தின் நடையழகில்
        பூனைநடையும் மதிப்பிழக்கும்
ஊனின் அழகை மிஞ்சியிவள்
        உள்ளத்தழகு கவர்ந்திழுக்கும்
வெண்மனத்தின் செயல்களில்
        வேதனைகள் வழிமறக்கும்
அன்பைப்பெறும் ஆசையோடே
        ஆண்கூட்டம் அடைத்திருக்கும் 

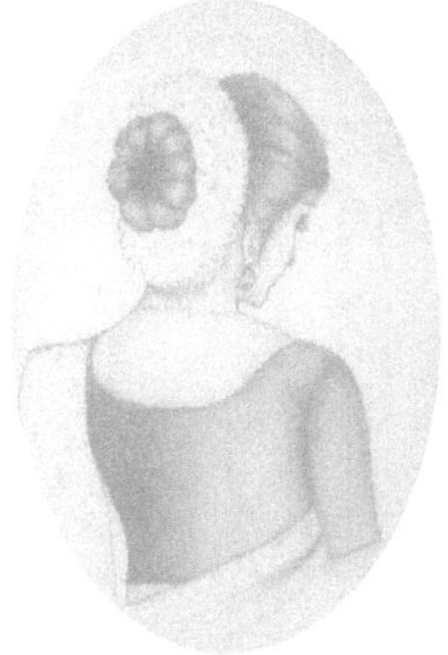

# இதயச்சிறகு

நீ
மீசையை முறுக்கும்
போதெல்லாம்
முந்தியடிக்கும் வீரம்
முக்காடு போட்டு
முகம் காட்ட மறுத்தது!

உன்
விரல்கள் தாங்கியிருக்கும்
வேட்டி நுனியில்
வேடனின் வலையில் சிக்கிய
வெண்புறாவாய் படபடக்குது
இதயச் சிறகு!

நடந்து நீ வரும்போது
நாணம் மறந்து
நெருங்கத் துடித்தேன்
தெள்ளுதமிழ் தேடி
தெளிவாய் உன் இதழ் சேர
அன்னைத் தமிழின் மீதும்
அவ்வியம் கொண்டேன்!!

# அழைப்பாயா?

வீதியெங்கும் சிதறிக்கிடந்த
உன் சொற்பூக்களை
சேமித்துக்கொண்டே வந்தேன்!

எப்படி கோர்த்துப் பார்த்தும்
என் பெயர் இல்லாதது கண்டு
நொந்து நொடிந்து போனேன்!

அறிவிற் சிறந்த அறிவன் உன்
அன்பில் சிந்தும் சொல்லை மிஞ்சும்
ஆனந்த ஆழியை எங்கும் காணேன்!

உற்சாகம் மிகுந்து உழைப்பில் திளைக்க
உடனே உதிர்த்திடு ஒற்றைச் சொல்லை
உறுதியாய் உலகர் உள்ளமட்டும் வீழேன்! 

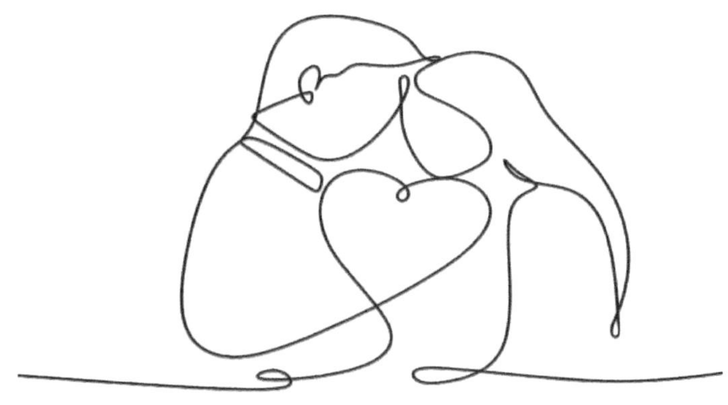

# பார்த்தாலே பரவசம்

புழுதி பட்டதும்
மூடும் விழியாய் - நீ
பட்டென்று போடும்
கணக்குகளில்
பாவி பரவசமானேன்!

பள்ளம் நோக்கிப்
பாயும் நீராய் - உன்
பெரு ஊக்கத்தின்
நொய்தெனலில்
நோய் மறந்து போகும்!

தூக்கனாங்குருவியோ
ரூபோசுவோ - உன்
தெள்ளத்தெளிவான
திட்டமிடலில்
திகைத்துப்போகும்!

அடுத்த நொடி பாராமல்
ஆளை அடையாளம் காணும்
நுண்ணறிவில்
காந்த அதிர்வலைகளை
கலாய்த்து தள்ளி விட்டாய் போ!

முகத்தில் மூளை தேடும்
அறிவிலி உலகமிது
மூளைக்கு முகமிருந்தால்
உன்னைவிட அழகி
அண்டத்தில்லீல்லையடி! 

# நினைவெல்லாம் நீயே

புழுதி படர்ந்த பலகையும்
பனி மறைத்த கண்ணாடியும்
உன் பெயர் எழுத அழைத்தது!

பத்தி பத்தியாய் படிக்கும் போதும்
உன் பெயரின் எழுத்துகள் மட்டும்
என் விழி நோக்கி படையெடுத்தது!

நாள் பரபரப்பாக
நிற்க நேரமில்லாமல் இருந்தால் என்ன?
நொடிக்கு நூறுமுறை
உன் முகம் மனதில் நிழலாடியது!

உயிர்வளியைத் தரும் உடனாளியான
உயர் தாவரம் போல்
என் உயிர் பிழைக்க
உன் நினைவு மட்டுமே!
உன்னாணையிது!

# கருப்பு

நிழலென்று நினைத்தீரோ - இல்லை
நிஜமானதும் இதுவே
கருமேகம் கண்டீரோ - படர்ந்த
கருங்கூந்தல் அதுவே

கண்மூடி நானமர்ந்தால் - வடிவு
கரும்பளிங்கு சிலை தோற்கும்
அணிகலன்கள் அகற்றினால் - இரவு
எனைத்தேடியே தினம் தோற்கும்

கருவிழியிடம் தோற்றே - கண்மை
கண்ணீராய் கரைந்தோடுமே
ஐயத்தில் திரும்பினேன் - பாதச்
சுவடுகளும் கருமைதாமோ?

வெண்பற்கள் நான்கொண்டேன் - துயரில்
வெளிக்காட்ட வழியில்லை
நிறப்போரில் சிதையுண்டேன் - காதல்
கானல்நீராயும் தெரிவதில்லை!!

# என்ன பார்வை?

என்ன பார்வை?
காணுமிடமெங்கும்
கண்ணுக்கினியாள் நீ...
களங்கமில்லாமல்
காட்சி தந்தாலும்,
கண்மூடி கணநேரம்
காணொளியாய்
உனை காண்பதே
காதலின் பேறுநிலை!!

உன் விழிக்கடலில்
உள்ளாடும் திமிங்கலத்தின்
உணவான ஓட்டுமீனாய்
உயிர் துறக்கிறேன் நித்தம்!!! 

# சொல்லிவிடவா?

ஆர்ப்பரிக்கும் கூட்டமதிலும்
அனுங்குவது நீயென்றறிந்தேன்!

அனிச்சையாய் எனை நோக்கும்போதும்
அடையாளமாய் உணர்ந்து கொண்டேன்!

அருகே உன் முகம் காணும் நேரம்
ஆயிரம் முறை விக்கித் தவித்தேன்!

அன்பைக்கூறும் முயற்சிதனில்
அகரம் தாண்ட தோற்றுப்போனேன்!

அளவளாவ ஆயுளில் நேருமோ இல்லையோ
அகநினைவில் இப்பயணம் இனிதே தொடரும் 

# உயிரில் கலந்தவள்!

பாசப் பேய்ச்சி! அன்பின் அரக்கியிவள்!
பண்பாள் பிடியாலே பிணியும் பறக்குதே!
மாமை விழியாள்! முன் தூவல் மனத்தாள்!
மேன்மை மீக்கூற மொழியும் தவித்ததே!

இறகைப்போன்ற இதழ்கள் ஈர்த்துப்போக
இல்லாது போவென இதயம் இயம்புதே!
மெல்லினத்து மேடையான உன் மடிசேர
மறுமை வேண்டாவென மனம் மறுக்குதே!

சொல்லுதிர்க்கும் தேனைச் செவிமடுக்க
சாகாவரத்தை என் தேகம் சுகித்திடுதே!
போதைப் பொருளும் போர்த் தொடுத்ததே!
பேதையிவள் பார்வையில் பேச்சிழந்ததே!

இன்பக் கண்ணீரும் இறுகும் நகைப்பும்
விழிவிரிந்த கனவும் ஒருதலை பட்சமா?
புரியாது பரிதவித்து பித்தானது புத்தி
ஐவிரல் இணைந்தே ஜயம் அறுக்குமா?

# பூகம்ப பார்வைகள்!

நிலமதிராத உன் நடையில் கூட என்
நெஞ்சில் நித்தமும் பல நிலநடுக்கம்!

படபடக்கும் உன் இமையசைவில்
பகடைக்காயாய் உருளும் என் இதயம்!

இதமாய் காற்றில் தவழும் கைகள் என்
இதயத்தை மின்னல் கீற்றாய் துளைக்கும்!

இருளும் விரும்பும் உன் நிழல் - என்
மீதுமட்டும் இடியாய் இறங்கும்!

மினுமினுக்கும் முத்துப்பல் சிரிப்பில்
முழுதான மூச்சுப்பயிற்சி முடிந்திடும்!

உன் எண்ணத்தில் நான் ஏறும் நாளுக்காய்
எச்சரிக்கையாக காத்திருக்கிறேன்
எக்கச்சக்க எரிமலைகளுக்கு!

# மறக்காது இந்த மனம்...

ஏதேதோ எண்ணமிருந்தும்
எத்தனித்து எட்டிப்பிடித்தும்
ஏற்றமில்லாது போனது
ஏக்கமே மிஞ்சியது

கோழையெனைப் பொறுத்து
குற்றமெனக் கொள்ளாது
குறைகள் சகித்தது
கூறாத காதலெனது

தோல்விக்காதல் என்பது
தலைவர்கள் தரணியாம்
தலைவி நான் வரவே
தவித்து போனது

பாங்கியும் பரிகசித்தாள்
பித்தியென பகடிசெய்தாள்
பொறுமையிழந்தேன்
பேச்சை இழந்தேன்

அங்கலாய்க்க வழியில்லை
அழுவும் துணிவில்லை
இறப்பிலும் மறையாத
அன்பை என் செய்வேன்! 

# வரைகலையில் உன் வதனம்!

நின் நினைவில் கிடக்கையில்
நிலவொளியில் மட்டுமல்ல
மின்மினிப்பூச்சியிலும் உன்
மதிமுகத்தின் எதிரொலி!

இலக்கியப் பேச்சுகள் மட்டுமல்ல
இயற்பியல் வகுப்புகளும்
இனிமையாகவே இருந்தன!

குழந்தையின் மழலையிலும்
குடிமகனின் குழறல்களிலும்
குணவான் உன் குரலே!

தீட்டிய ஓவியமென
தூரிகையே சாட்சியாக
தன்னிலை மறந்தே நான்
உன் நினைவில் உழல்கிறேன்!
பசலை நோயெல்லாம்
பழங்கதையாகிப்போக
திரைப்பட வரைகலை போல்
திரும்பும் திசையெங்கும் நீயே!!

# என்னை கவி நான் சொல்ல...

உன்

கார்குழலின் சந்த நயத்திற்கும்
விழி கூறும் சூழ்நிலைக்கும்
காற்றில் அசைந்தாடும்
கைகளின் இசைக்கும்
மண்ணும் விரும்பும்
மயில்நடை தாளத்திற்கும்
கவி செய்ய காலமறந்து
சொற்களைத் தேடி
அலைந்து தோற்கிறேன்!

பகுத்தறிவாளனும்
பகவானின் துணை தேடுவான்
பல்லவியேனும் நிறைவு செய்ய! 

# உயிர் உள்ளவரை உன்னோடு...

பகையில்லா பெருவாழ்வு வாழவே
பரிசாய் புன்முறுவலைத் தந்திடடி!
சேதமன்றி சுகவாழ்வு பெறவே
சிட்டிகைச் சிரிப்பையே சிந்திடடி!

தேடிச்சேர்த்ததெல்லாம் தவிடாக
தாமரை இதழ்விரியத் தாங்கிடடி!
வண்ணமலரும் வாயடைத்துப் போக
விழியோரம் குறும்பாய் விளம்பிடடி!

மண்புகுமுன் மமதை அழியவே
மலர்வாய் முத்து உதிர மகிழ்த்திடடி!
நமனை நான்தொடும் நாள்வரை
நில்லாது நகைத்தே நகர்த்திடடி! 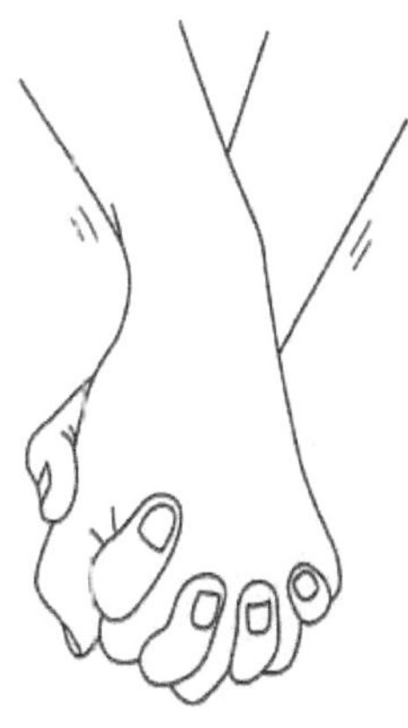

# நேசத்துக்கு நீயே!

உன் அருகாமை உடலை
அனலாக்குதடி!
கடைக்கண் பார்வையில்
காய்ச்சலடிக்குதடி!

நோக்கம் என்ன நினையாது
நீ நோக்கிட நாடி நடுங்குதடி!
விலகிப் போக நினையாதே
வலிக்கு மருந்தும் நீதானடி!

காசுக்கு பஞ்சமானாலும்
கால் வயிறு கஞ்சியானாலும்
நேசத்துக்கு நீயிருந்தா
நோயில்லாத நரை கூடுமடி! 

கொள்ளையடிக்குதடி உன் கண்ணழகு
கொள்கைபரப்புச் செயலராய் எனையாக்கு!

கள்ளுண்ணாமை நெறியைக் களவாடுதடி
கள்ளி உன் கனல் பார்வை கிறங்கடிக்குது!

கேளடி! உன் கண்ணசைவில் குவலயமிதை
கேள்விகளின்றி உன் காலடியில் சேர்ப்பேனே!

கோலவிழி கோரும் கொஞ்சல் மொழிதனில்
கோலுக்குக் குரங்காய் மனம் கரணம் போடுதே!

# எந்தெழிலை என் சொல்வேன்?

நீர் வழியும் நுதலோடே - இதோ
நானும் கரைந்தோடினேன்
விழிச்சுடர் வேகத்தடையாய்
வழிமறிக்க இருகிப்போனேன்

உருண்டோடி உவகையில்
உதடுகளில் உறைந்து நின்றேன்
அன்னமவள் அலகு அழகாய் விரிய
அகில் மணமதில் அடங்கிப்போனேன்

ஏந்தெழிலை எடுத்துரைக்க எத்தனித்து
எந்தமிழே! ஏக்கமே எஞ்சியதே!

மையெழுத மறந்த போதும்
மருட்ட மறவாத விழியாள்!
மயிலிறகு கரங்களினால்
ஒற்றுதலின்றி கவர்வாள்!

நிவத்த நண்பாள்!
நின்ற சொல்லாள்!

விரிந்த சிகை வழி மறைக்கும்
பின்னி முடிக்க பிறழ்ந்து பரவும்!
பிள்ளை மணத்து உதடுகளால்
பேச்சைமறந்து பிதற்ற வைப்பாள்!

ஓவென்று ஒளிர்வாள்!
உய்யும்வரை உயர்வாள்!

# சொல்லாடுவோம் சற்றே வா...

சொல்லாத சொற்களெல்லாம் உன்
செவிகளுக்காகவே காத்திருக்கின்றன!
சொற்கள் மட்டுமல்ல இதோ - என்
செவிகளும் உனக்காகவே தான்!

சொற்பமானாலும் சொற்பொழிவானாலும்
சொல்லின் செல்வனே உன்னோடுதான்!
செல்லச் சீண்டலான சில நொடிகளில்
சொற்குற்றம் ஏதும் செப்புவாயோ!

சேர்தல் முதல் சோரும் துளிகள் தாண்டி
சோறும் மறந்து சோரம் விடுத்து
சொல்லாடுவோம் சற்றே வா!

# வேறவள் என் வேறவள்

யாரவள் என் வேரவள்
வேறவள் எம் பாரவள்


அன்பாகி அறிவாகி அங்கயல் அவளாகி
அருகாகி அயலாகி ஆனாத அடலாகி
முதலாகி முற்றாகி மருட்டும் மயிலாகி
முகடாகி மண்ணாகி மருவும் மாண்பாகி


தாயவள் வாகைத் தாரவள்
மாயவள் மதியின் மூலவள்
யாரவள் என் வேரவள்
வேறவள் எம் பாரவள்


விதியாகி வாழ்வாகி வடிசுடர் விழியாகி
விதையாகி வனமாகி விறலும் வரமாகி
இடராகி இன்பமாகி இறவா இறையாகி
இரவாகி இரவியாகி இம்மை இணையாகி


தூயவள் தெய்வத் தேரவள்
சேயவள் செல்லச் சகியவள்
யாரவள் என் வேரவள்
வேறவள் எம் பாரவள்

# காத்திருக்கிறேன்...

கண்விழித்த பொழுதெல்லாம்
கனவில் உன்னோடு கழித்திருக்க
கருத்த இரவினிலோ
கண்ணுறங்க மறுக்குதடா!

என் கருத்தை நீ பிடித்து
காலம் பல ஆன பின்னும்
கரம்பிடிக்கும் நாளுக்காய்
கன்னி மனம் ஏங்குதடா! 

# மறக்க நினைத்தாயோ?

கண்மூடிக் கிடக்கையிலும்
கனவிலுமுனைக் கண்டிருப்பேன்
கண்ணெதிரே நான்வரவே
கணமேனும் எனைக் காண்பாயா?

உனை எழுதி எழுதியே
எழுத்தே என் பணியானதே!
எழுத்துப் பிழையாகவேனும்
எனையெழுதித் தருவாயா!

மறவாமல் நொடிதோறும்
உனையே நினைத்திருப்பேன்
மறந்தேனும் எனையே - நீ
நொடியேனும் நினைப்பாயா?

வான்மழை பொழிதல் கண்டு - உன்
வளைக்கரம் துணையாய் தந்திடு!
தாரகை பூக்கள் தூவிட - நாம்
தளிர்நடை பழக உதவிடு!

எல்லைகள் மறந்த பயணம் - நம்
எழுபதிலும் வேண்டும் வந்திடு!
வெள்ளி மகுடம் சூடும் வரை - துளி
வேகம் குறையாது நடந்திடு!

குறைகள் சூழ்ந்திடும் போதும் - உன்
குறுநகையில் எனை உயிர்த்தெடு!
உச்சியில் ஒளியேறும் நாள்வரை - என் 
உடனிருக்கும் வாக்கில் நின்றிடு!

உன்
தோளில்லாமல் என் தலை
துயில மறுக்குதே!
தேனில்லாத மலராய்
விழி காய்ந்து கருகுதே!

இருளும் இரவிலும்
இவள் விழி இரண்டும்
விதிகளின் பிறழ்வில்
விரிந்தே உறைந்தது!

நிலவில்லா வான்வெளியாய்
நிழல் விடுத்து நடைபழகி
இதழ் விரிப்பதும் இன்னலாகி
சொற்கள் தொலைந்தோடி....

நீரில்லா நெய்தலாக
நினைவுகள் நிலைமாற
நாசி நாடி நெஞ்சம் யாவும்
நியதிகளற்று நியதமானது!!! 

# நீ போதும் எனக்கு!

நீராய் வேண்டாமே!
நொடியில் விலகிடுவாய்

சவுக்காரமாய் வேண்டாமே!
சீக்கிரமே கரைந்திடுவாய்

ஒற்றைத்துண்டாய் வேண்டாமே!
அடுத்த ஆடை ஒழித்துவிடும்

உனையே நான் விரும்ப
உருமாற்றமெதற்கு கண்ணே!

நீயாய் மட்டுமே இருந்துவிடேன்  
நாமாய் நாம் வாழ்ந்திட!

முடிந்தவரை என்
மூச்சுக்காற்றை சுத்தம் செய்து
மெல்ல மெல்ல
மருளச் செய்கிறது
உன் சுவாசத்தின் வாசம்!


எத்தனை நேரம்
வழியறியாமல் என்
மூளைக்குள் திரிவாய்
புலனைந்தும்
போதவில்லையா
சற்றே வெளியேறு
மூளைச்சலவை 
செய்தது போதும்

# சில நொடிப்பார்வை!

நான் கற்ற மொழிகளெல்லாம்
நையாண்டி செய்தன
மையலில் உன்னருகில்...
மெய்யும் மொழியும்
மறந்து நிற்கையில்!
முதுகில் நுழைந்து
முகத்தை அடையும்
லேசர் கதிர்களாய்
சில நொடிப்பார்வை!

முகத்தை பார்த்து
மூளையைப் படமெடுக்கும்
எக்ஸ்ரே கதிர்களாய்
சில நொடிப்பார்வை!

காயமாய் சிலநொடிப்பார்வை
களிம்பாய் சிலநொடிப்பார்வை
உன் பார்வையின்
பின் விளைவுகளை
நான் பார்த்துக்கொள்கிறேன்
நீ பார்ப்பதை மட்டும் நிறுத்திடாதே!
பட்டென்று உயிர் போனாலும் போகும்!

# உலகம் உனை சுழலுதே!

என் சாளரங்கள் எப்போதும்
உன் சாயலையே சுமக்குதே
என் விழி எங்கு நோக்கினும்
உன் முகமே காணலாகுதே!

ஓராயிரம் ஓசைக்கு நடுவிலும்
ஓரமாய் உன் குரலே நரலுதே

செவியோரம் உன் மூச்சும்
தோளோடு உன் விரல்களும்
சோர்ந்திடாமல் எனை சேருதே!

முன்கடலில் பதிந்த தடங்களாய்
மனம் உனை மறுக்காமல் தேடுதே!
ஏழுலகம் ஏற்றம் பல தேடினும்
என் உலகம் உனைச்சேர சுழலுதே! 

# ஒரு மொழி பேசு!

ஆளில்லா தனித்தீவின்
ஆழ்கடல் அலையோசையாய்
உள்ளமெனும் ஊரெங்கும்
உற்றவள் அவள் மொழியே!

கொஞ்சலில் மட்டுமல்ல
கத்தலலிலும் தேனொழுகும்
குயிலோசை குழலோசையும் கூட
குரலோசையில் மக்கிப்போகும்!

என்னிடமே அவள் பேசும்
ஏக்கம் ஏதும் எனக்கில்லை
என் செவியோரம் அவள் குரலின்
தாக்கம் இருந்தால் அதுபோதும்!

பேச்சுக்கு பேச்செடுக்கும்
பேராசை ஏதும் கொள்ளேன்
பேசாமல் அவள் பேச்சின்
பேரன்பில் மூழ்கிப் போவேன்! 

ஆளில்லா தனித்தீவின்

நெடுந்தூரம் நீ விலக
நடுநிசியானதே என் நாள்முழுதும்
பெருந்தூரம் நீ செல்ல
பெரும்பொழுதானதே சிறுநொடியும்

கடல் கடக்கும் முடிவெனில்
கடவுச்சீட்டில் நான் கீறல் எழுதவா!
நாள்பட்ட பயணமெனில்
நுழைவிசைவில் முகம் பதிக்கவா!

நானில்லாத நாளெல்லாம்
உன் வாழ்நாளில் கணக்காகுமோ!
நீயில்லாத நானென்பதும்
நற்றமிழ் நவிலா நாவாகுமோ!

# வேசமில்லா வாசத்தவள்...

உதடுகள் சொல்லும்
ஓராயிரம் சொல்லில்
உள்ளம் உச்சரித்தது
உன் பெயரை மட்டுமே!

வெடித்த வெள்ளத்தில்
வடியா நீர் சூழ்ந்திருக்க
வெய்யிலில் விழுந்த
வெப்பச்சலனமடி நீ!

வாசத்தில் மிதக்கும்
வாழ்வியல் நடுவே

வேசமில்லா தாயவள்
வியர்வை மணமடி நீ! 

# வாழ வழி காட்டு!

மேதினியெங்கும்
மேவும் காற்றும் உன்
மேனி தழுவியே
மென்மையடையுதடி!

கொள்ளையழகோடு
கொட்டியிருக்கும் பூவும்
உன் கூந்தல் அழகில்
கரைந்து பொருமுதடி!

நியமமில்லா தாளத்தில்
நீலவிழிச் சிமிட்டலில்
நொடியும் தோற்குது!
நில்லாமல் பறக்குது!

வான்மறை ஒப்பான
விசமில்லா சொல்லது
வாஞ்சை மிகுந்தது!
வாழ வழி காட்டுது!

# பெண்ணே! என் பரம்பொருளே!

புத்தியை நிலைகுலைக்கும்
பூகம்பக் குவியலவள்!
பார்வையில் பரவசம் தரும்
பன்னீர் அருவி அவள்!

வானவர்க்கும் விளங்காத
வியனுலக விந்தையவள்!
அன்பிலும் அல்லலுறும்
அழகிய அனிச்சமவள்!

இரைச்சலில்லா இரவின்
இசைஞானி பாடலவள்!
பெண்ணுருவில் நடமாடும்
பரம்பொருளின் சாரமவள்! 

# இவளே என் இறைவி...

அம்மா கைமணக்கும் பிடிச் சோறே
அடைமழையில் அருந்தும் தேநீரே

வெப்பம் தணிக்க வந்த விண் நீரே
சிரிப்பில் சிந்தி விழும் கண்ணீரே

காத்திருந்து படிக்கும் கன்னித்தீவே
பூத்திருந்த விழிச்சேறும் முழுத்தேர்வே

ஓடைக் கரையில் வாழும் மரநிழலே
மேடை அள்ளி தந்த கரவொலியே

இரவை ஈர்க்கும் இசைஞானி பாட்டே
இல்லாது இல்லாதாக்கும் இறைவியே! 

"

# நீயும்... நானும்...

மழையின் வாசத்துல
மண் புலரும் நேரத்துல
மச்சான் உன் தேடி
மனசுந்தான் பறக்குமுல

வேகாத வெய்யிலுல
வெப்பம் தெறிக்கையில
வாடை வகையோனே
விழி உன்ன தேடுமுல

காணா தூரமெல்லாம்
கண்டுணரும் ஆசையில
காத்தா உன் மூச்சு
கூடிவந்தா போதுமில்ல

நெருங்கி உன் சொல்ல
நான் கேக்கும் வேளையில
நெசமா என் ராசா
வேறேதும் நெனப்புயில்ல

பேச பலவும் உண்டு
பாசந்தான் மிகுந்து உண்டு
பாகாய் கற்கண்டா
பழந்தமிழும் கூட உண்டு


நெல்லுக்கு போற தண்ணி
புல்லுக்கும் பாய்வதுண்டு
நோகவேணாம் மச்சான்
நெடுங்கால வாழ்வு உண்டு 

# பித்தானேனே!

உதிரத்தைக் குளிர்விக்கும் உன்
அதரம் கண்டே மனம்
சதிராடுதடி கண்ணே!

கதிரை மிஞ்சி ஒளிரும் உன்
வதனத்திடம் மயங்கியே
சிதறிடுதடி சித்தமும்!

முதிராத மூளையடி பெண்ணே!
புதிரான உன் பேச்சில்
பதறித்தான் போகுதடி!

கதறும் காதலில் அதிராதே
பிதற்றல் எனவே உதராதே
என் உதரம் உய்ய வந்த மதுரமே! 

# நீயின்றி நான் இல்லை...

சாய்ந்து கொண்டு உறவாட
சற்று நேரம் இளைப்பாற
உன் சந்தன தோளிருக்க
சலிக்காமல் வாழ்வேனடி!

பன்னீராய் மணந்திருக்கும்
பனியிதழ் பார்த்திருந்தே
பலநாள் பசிமறப்பேன்
பழியாய் பக்கமிருப்பேன்!

கூந்தலின் வாசத்திடம்
கேள்வியேதும் இல்லையடி!
கமழும் குங்கிலியமும்
காணாமல் போகுமடி!

மருதோன்றி மணத்திருக்கும்
மங்கையிவள் கைகளுக்குள்
மானுடமே மயங்கிப்போகும்
மறுஜென்மம் மறுத்து வீழும்!

துளசியை மிகுந்து வீசும்
தேகமெங்கும் தவழும் வாசம்
தேவைகள் மறக்கவைக்கும்
தெய்வமாய் வணங்கவைக்கும்! 

# வாழ்வோம் வா!

நல்லான் இவனென
நாலூரும் சொல்லனுமாம்!
கல்லாததிலும் கூட
காலூன்றத் துடிக்கறான்!

இல்லாது பொல்லாததை
இட்டு கட்டும் ஊரிது!
உள்ளது கண்டுணரும்
உயர் அறிவு இல்லாதது!

வில்லேர் துணையில்
வீட்டை நிரப்பினாலும்
வல்லியம் அடக்கியே
வீரத்தை விளக்கினாலும்

நில்லாத உன் உழைப்பில்
நிலபுலன்கள் நீண்டாலும்
மெல்லும் அவல் தீர்ந்திட
மெல்ல உனை மென்றிடும்!

உள்ளத்தில் உறுதிகொள்
கல்லும் கவின் சிலையாகும்!
அல்லாதை அகற்றிடு!
இல்லத்தில் இன்பம் சேரும்!

# நிலைக்கும் நினைவுகள்...

உயிர்வளியை நாசியறிய
உயர்கல்வி ஏதும் தேவையா?
உன்னெண்ணம் நானறிய
உளவியல் பயிற்சி தேவையா?

வசனத்தின் மிகுதியில்
விசனந்தான் மிச்சமென
விருப்ப ஓய்வில் சொற்கள்!
வெருவும் நடு இரவுகள்!

விடியா வெறுப்பில் விடியல்!
விலகல் வழியில் வாழ்க்கை!
பொறுமையை மெல்ல
பாழ்மனம் பழகத் துவங்கியது!

போக இடமிருந்தும்
பிளவை சற்றே தவிர்த்தது!
போய் ஒழியட்டுமென
பல்லும் நாவை தடுத்தது!

நாட்குறிப்பின் நழுவலில்
நல்லுறவே நாட்டமானது!
நெடுந்தூரப் பயணமிதென
நாட்பட நேசம் பழகியது!

நானென்பது மறையும் நொடியில்
நண்பரே நம்காதல் நிலைக்குது!

விந்தையிலும் விந்தையடா நீ!
சிந்தைக்குள் சூழ்ந்திருந்தும்
சிந்திச் சிதறுகிறாய் சொற்களில்
சந்தத்தில் சற்றும் சிக்காமல்!

பூவிதழின் புன்னகைக்கு மட்டும்
துணைசேரும் உன் புருவங்கள்!
கருணைக் கடலின் கண்களில்
காந்தமாய் மிதக்குமுன் கருவிழி!

மீசைக்கு முட்டு கொடுத்துவிட்டு
மேன்மை உதிர்க்கும் உதடுகள்!
தாடையைத் தாங்கித் தழுவும் உன்
தொன்மை மிகுந்திருக்கும் தாடி!

கேட்டவர் கேட்டதை மறந்தும்
கொடுக்க மறவாத உன் கரங்கள்!
ஓட்டத்தின் உண்மை உரைக்கும்
ஓய்வறியா உன் உன்னத கால்கள்!

கடந்தது கிடக்கட்டும் கிடப்பில்
காலம் காத்திருக்கிறது களமாடு!
உன்னோடு ஊரிருப்பது ஐயம்தான்
உண்மை உடனிருக்கும் நடைபோடு! 

# மன்னிப்பாயா?

எண்ணிலடங்கா மன்னிப்பை
முன்வைக்கிறேனடி கண்ணே!
உன்னதமான உறவு இதுவே
முன்னிலையென உணர்ந்தேனடி!

தன்னிலை விளக்கம் தந்திடும்
எண்ணமேதும் இனி இல்லையடி!
பின்னாளில் இது திரும்பாதென
திண்ணமாய் உறுதி தருவேனடி!

தன்நிலவும் எனைச் சுட்டெரித்தது
அன்னம் திண்ணவும் மறந்தேனடி!
சின்னன் செயலெனக் கண்டாலே 
பின்னம் நாளும் வண்ணமாகுமடி!

ஒலி ஒளிக் கதிர்களை
ஒழித்துக்கட்டும் உந்தன்
விழி வீச்சில் வீழ்ந்தேன்
ஒளிந்திடவே மனமில்லாது!

வழித்துணையாய் நீ போதும்
களிப்புற வாழ்ந்திருப்பேன்!
கலிப்பார்வையில் கிடந்தே
கிழப்பருவம் கழித்திடுவேன்! 

பசலை நோயில்
பசி மறந்தேன்
முத்தப்பந்திக்கு அழைத்திடு
முந்திக்கொண்டு வருகிறேன்!

கோபத்தின் உச்சத்தில்
சாபத்தைத் தந்து விடாதே
உறங்கும் தேவதையானால்
உணர்ச்சி தரவும்
உன் இதழ்களே தேவைப்படும்!

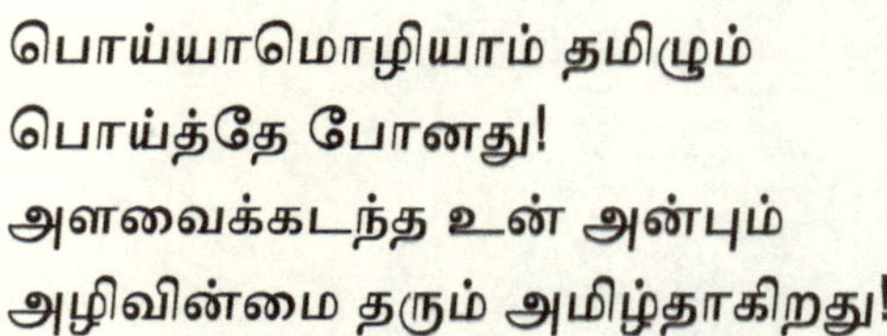

பொய்யாமொழியாம் தமிழும்
பொய்த்தே போனது!
அளவைக்கடந்த உன் அன்பும்
அழிவின்மை தரும் அமிழ்தாகிறது!

பக்கம் நீயிருக்கும் பொழுது
போதாது போதாது என்று
பற்றாக்குறை மருந்தாகி
போர்க்கொடி தூக்குகிறது மனம்!! 

ஓராயிரம் தேவதைகள்
ஒய்யாரமாய்ப் பின்னிருக்க
மலர் வாசத்தில் மயங்கியே
மங்கையிவள் நின்றிருக்க

நாளொன்றின் இன்வாழ்வை
நயமாய் உரைத்திடும் அவள்
படமே பாடாமாயிருக்க
பாட்டொன்றும் தேவையோ? 

# அன்பானளே!

ஆயுளை உன் அன்பில்
        அடகாய் அடைத்தேனே!
தூக்கம் எனும் தொழிலை
        துமியாள் மறந்தேனே!

பகுத்தறிவு பண்பாளன்
        பாசத்தில் பரவசமானேே
பாதங்களாய் உன் பயணத்தில்
        பார்முழுதும் பார்ப்பேேே

மனிதமெனும் மந்திரத்தில்
        மனதாளும் மாயவனே!
மண்ணாளும் மூளையதில்
        மூழ்கி நான் மிதப்பேனே
வள்ளலே உன் விரலில்
        வளயமாய்ச் சுழல்வேேே
மாறும் மானுடம் மயங்காதே!
        மருந்தாய் நானிருப்பேனே!

கண்ணெல்லாம் கனவாக
        காட்சிகள் தொலைத்தேனே!
காதலையே கடவுளாக
        காலமுழுதும் தொழுவேனே!

# ஏழுலலகாளும் அழகியே!

கறுக்கும் கூந்தல் கருமுகிலாக
        நல்நுதலில் நிலவது கொஞ்சிட
நீலக்கல் பதித்த வேல்விழி
        நீங்கவிடாது நிலை நிவத்த

மருட்டும் இதழ் மையல் மொழி
        நண்பிற்கரம் நாணாத நேர்மை
மாநிலமே உன் மருங்குலிருக்க
        அன்பன் விலக வழிவகையுண்டோ!

வழியும் கழிமுகம்
        ஒத்த கருங்குழலியே!
தழல் பொழியும்
        எழிலான விழியிது
வழுத்தி வழிகாட்டி
        அழைக்குதடி எனை 
ஏழுலுலகாளும் அழகியே!

# என் ஆசை உன்னோடு!

நட்டு வைக்கும் நாத்தோடு
      ஏலாலங்கடி ஏலேலோ
நாலாயிரம் ஆசை வச்சேன்
      தில்லாலங்கடி தில்லேலோ

ஒத்து நிக்கும் நாத்தபோல
      ஏலாலங்கடி ஏலேலோ
உன் மனசில் புதஞ்சிருப்பேன்
      தில்லாலங்கடி தில்லேலோ

நீராத்தா கருணையில
      ஏலாலங்கடி ஏலேலோ
நெறஞ்சு வரும் கதிரெல்லாம்
      தில்லாலங்கடி தில்லேலோ

நீயிருக்கும் நினைப்பினலே
      ஏலாலங்கடி ஏலேலோ
நானிருப்பேன் நிலத்தினிலே
      தில்லாலங்கடி தில்லேலோ

காலசுத்தும் உறவெல்லாம்
        ஏலாலங்கடி ஏலேலோ
களையாக எனையறுக்கும்
        தில்லாலங்கடி தில்லேலோ

கண்ணெதிரே நீயிருக்க
        ஏலாலங்கடி ஏலேலோ
காத்திருப்பேன் காலமெல்லாம்
        தில்லாலங்கடி தில்லேலோ

# நடப்பதெல்லாம் நன்மைக்கே!

இரவில் நாம் இருவர் நடக்க
    இருளும் பல வண்ணம் கொள்ள
கரம் கோர்க்கும் நேரம் நீள
    திறன்பேசி சற்றே தூரம் செல்ல

முழுநிலவும் சோர்ந்து தேய்ந்து
    பிறையாகி மறைமதி வழி நோக்க
சொல்லெல்லாம் சொல்லி முடித்து
    மொழியும் மறந்து மௌனம் தேடி

கால்கள் ஓயும் காலம் வரை
    கண்கள் அசந்தே மூடும் வரை
மெலிந்தே உடலும் தளரும் வரை
    சலிக்காத அன்பில் வாழ்வோம் வா!

கண்மூடியும் உன் அழகு
கண்ணே என்னை தூண்டிடுதே!

காணாத காட்சியெல்லாம்
கண் முன்னே வந்து தோன்றிடுதே!

கதியென்று உனை சேர்ந்திடவே
காவியமாய் என் வாழ்வு ஆனதே!

விதியென்ற விளிவின் வீரியமும் உன்
விசையினில் வலுவிழந்து போனதே!

மின்னல் பார்வை மெல்ல வீசிட
ஊண் மறந்த நாள்களும் நீளுதே!

அடர்மர வனத்து கருங்குழல் படர
கதிர்காண கண்களும் மறுக்குதே!

# நித்தம் மாறும் பொக்கிஷமே!

நானறியா ஏதொன்றும்
உன்னிலில்லை
எனையன்றி உனையாறிவார்
உலகிலில்லை
எல்லைமீறிய கர்வம்!
எத்தனை இறுமாப்பு!
எனக்கு!

அத்தனையும் அடங்கி
பித்தனாய் மாறினேன்

நித்தம் நூறு புதுமை தரும்
அத்தனவன் பொக்கிஷமே!

உனை
சேலையில் கண்ட நொடி
செல்லெல்லாம் சிலிர்க்குதடி!
சேலை கண்டறிந்தவனை
மாலனும் வேலனும் காக்கட்டும்!

காலம் பல கடந்தாலென்ன
காலன் வரும் வரை உன்
காலடி போதுமடி!

கோலங்களால் நிறைந்தும்
கதறுதடி என் வாசல்
உன்
பாதம் பதியாமல்!

நேர்மை மட்டுமே
நிழலாடும்
உன் முகத்தால்
நால்வகை நாணமும்
நலிந்தே போனதடி!

தையலே!
தரமாய் உனைப் புகழ
திறன் தேடித் தவித்தேனடி!

தமிழன்னை
தோள் தராவிட்டால்
திணறிப்போயிருப்பேனடி!

# எந்நொடியும் முதல் நொடியே!

நாளாகிப் போனதென்பதால்
நாணம் மறந்து போகுமா!

பழகிப் போய் விட்டதென்பதால்
பெண்மை மறந்து போகுமா!

வெட்கத்திற்கும் வெறுப்புக்கும்
வேற்றுமை தெரியாத மூடனே!

தொடும் ஸ்பரிசம் என்றும்
தொடக்க நொடியாகவே தோன்றுதடா!

# மெய் மறந்தேனே!

மேலோட்டப் பார்வையிலேயே
மேதாவிலாசம் தெரிந்ததடி!
மேதாவிலாசம் தெரிந்தும்
மெய் மனமேற்க மறுக்குமடி!

மனமேற்க மறுத்ததை
மேம்போக்காய் மொழியுமடி!
மொழிகள் மறந்தபோதே
மங்கை மேதினியானாயடி!

மேதினியெங்கும் சுற்றிய வளி
மேலாள் மேனியால் மென்மையாகுதடி!
மென்மையான மேல்காற்று உன்
மேலோட மனம் மறுகுதடி!

மறுகியே மூளை தன் சலவையில்
மன்றலுக்கு மேடையேறுதடி!
மேடையேறி மெய்யுரைப்பேனடி
மேதாவிலாசத்தில் மெய்மறந்தேனென!

# நாளை நமதாக்கும்!

அம்புலிக்கு பாங்கியே!
அழகே! நீ அருகிலிருக்க
இசைஞானியின் சூழலாய்
இன்பமும் கூடிப்போகுதடி!

கருணையில் கனிந்த பார்வையும்
கரம் பிணைந்திருக்கும் நேரமும்
காணாத வினைபுரிந்து ஈர்க்குதடி!
அணையடங்கா காதல் பெருகுதடி!

இல்லாது போனதென்று
இறுகிப்போயிருந்த எதிர்காலம்
நல்லாள் நீ இல்லாளாக
நாளை விடியலை நமதாக்கும்!

# உலக அழகன் நான்!

இதழ் விரித்து
இன்பமே தரும் - உன்
வாடா வதனம் கண்டு
வாடி வதங்குதே
வண்ணமலரெல்லாம்!


இவள் இன்முகத்தைக் காண
இரவெல்லாம் காத்திருந்து
விரித்த இதழின்
வடிவத்தில் தேய்ந்ததே
வான் நிலவும்!


அள்ளும் அழகில்
அரசியர் கூட்டம்
மண்டியிட்டு தாழக்கண்டேன் - எனை
பிஞ்சுப் பார்வை பார்க்கிறாள்
பஞ்சு சொற்கள் உதிர்க்கிறாள்
பட்டம் சூட்டுங்கள்
உலக அழகனென எனக்கு! 

படபடக்கும் உன் இமையசைவில்
பெருமிதம் அழிந்தே!
தேனெடுக்க மறந்தே!

எண்ணத்தின் மாற்றத்தில்
வண்ணத்து பூச்சியும்
வாயடைத்து நின்றதே!

நாணத்தால் இவள் முகம்
நாணலாய் சாய்ந்து நிற்க
ஞாலமும் சற்றே சாய்ந்ததே! 

# முரண்

கண்ட முதல் நாளில்
கொத்தாய்த் தொங்கும்
திராட்சைப் பழங்களின்
கனிரசமாய் இனித்தாய்!

காதலே!
கடந்த சில ஆண்டுகளில்
கள்ளாகி மாறிப்போனாய்!
முரண்பாடாய்
கனிரசம் தந்த போதை
கள்ளில் காணாமல் போனது! 

# மன வலிகள்!

மலர் வாடியும்
மணம் மறவாத நாசி!
தடம் மறைந்தும்
நினை மறவாத நிலம்!
மழை விடுத்தும்
மண் தாங்கிய வாசம்!
வலிகள் தீர்ந்தும்
வடுக்கள் தேக்கிய மனம்!

# கேள்வியின் நாயகி

பொய்களை நம்பியே
பேதை நிலைக்கையில்
புலவரின் பொய்யில்
இதுவும் சேருமா?

பேதமை இதுவென
நாளொன்றும் கூறுமோ?
பாசனிவன் நேசத்தில்
பிழைகள் மறந்திடுமோ?

நேசம் குறைந்திடவே
பிழைகள் நெருங்கிடுமோ?
படைப்புகளின் வேகத்தில்
விவேகம் விலகிடுமோ?

மூளை விளிக்கையில்
வேகமதின் பிழை தெரியுமோ?
காதலும் குறையுமோ!
காணா தூரம் செல்லுமோ!

# எனை நான் நீங்கவா?

களையிழந்த வதனத்திக்கும்
கண்ணீருக்கும் கரணியாரே!
எத்தனை முறை எத்தனித்தும்
எனை மறந்த காரணமறியேன்!

சேயிழந்த சோகத்தில்
தாய் மனம் நொறுங்க
பால்வழியும் மார்பதுவும்
நோயை நூறாக்குமே!

மூனு கல் தூரத்திலும்
மூச்சில் உனை நுகர்வேனே
முகம் மறக்கச் சொன்னா
முழு உசுரும் நசுங்குதே!

# போரன்பின் பெருங்கோபம்...

காரணமில்லா கோபம் மட்டுமே
வேறென்ன வீண் வாதம் மீதமே
சாகரமாய்ச் சொற்கள் என்னெதிரே
சாதகமாய் ஒன்றும் இணையலயே

கேள்விகள் முடிந்தனவா மனமே
வேள்விகள் முறிந்தனவா முடிவாய்
மல்லுக்கு நிற்காதே மனமே
கல்லாய் கிடந்தது போதுமே

ஊருக்கு போதித்து தலைகணத்து
வேருக்கு நீர் சேர்க்கா வேந்தியே
உளவியல் ஆய்வெல்லாம் ஒதிக்கிடு
இறையியல் உடனிருக்கு மறவாதே

# மறைத்தேனே உன்னை!

காதலும் கடந்ததுன்னு
கணப்பொழுதில் புரிந்தும்
காலந்தாண்டி நிலைத்தாயே
கண்ணில் தூசியானாயே!

பணத்தோடு புதுவரவில்
பாசத்தை நீ புறக்கணித்தும்
உன் பெத்தவங்கள பழித்திட
பெண்மனசு நினைக்கலியே!

காதலில் கிறங்கவைக்கும்
பாட்டொன்னு கேட்டபோது
கண்ணீரில் நின்னேனே
கால நேரம் மறந்தேனே!

பிள்ளைக்கு உன் பேரை
பகுதியாக வைத்துவிட்டு
பாவிநான் கிடந்தேனே! 
பரிதவிச்சுப் போனேனே!

# அணைத்திடு!

கார்மேகம் பொழியும் துளிநீரே!
பார் பெண்களின் விழிநீர் நீயோ!
கண்ணீர் மறைக்க வந்தாயோ!
கனவுகள் கறைக்க வந்தாயோ!

நேரம் கடந்து நனைகிறேன்!
நினைவு அழிக்க மூழ்கினேன்!
அன்னையாய் மண்ணை உயிர்த்திடு! 
ஆறுதலாய் என்னையும் அணைத்திடு!

# அவனும் நானும்!

மேசை விரிப்பு கசங்காம
மெல்ல மெல்ல நீ தின்னுவ
மேலாக்கா தட்டு தூக்கி
மோர் கூழை நான் குடிப்பேன்!

பக்கமிருப்பவன் கேளாம
பக்குவமா நீ பேசுவ
பத்தூரு கேட்கும்படி
பெருஞ்சந்தடியா எம்பேச்சு!

உள்ளங்கை செல்லிலதான்
உன் உலகம் அடங்குமே
உள்ளூராவது உறவாடாம
உயிரெனது காந்திப் போகுமே!

நாலுசெவுத்துக்கு உள்ளேயே
நலுங்காம உன் நல்வாழ்வு
நாத்தும், நற்காற்றில் நடையும்,
நாலாறு சொந்தமுமே என்வாழ்வு! 

வாய்ச்சொல்
வீரனாம் நான்
நின் விழிச்சொல்லில்
வார்த்தைகளற்று
தவிக்கிறேன்!

வாதாட
நெருங்கி நெருங்கி
வாய்தாவில் மட்டுமே
திரும்புகிறேன்!

பூவின் வண்டினும்
எருமையின் காகத்தை
ரசிக்கிறேன்!

சேற்றின் முளரியினும்
குப்பையின் பூசணியிலே
லயிக்கிறேன்!

இடம் பொருள் நோக்காது
இடைவிடாது இன்முறுவலே
இதழ்களின் இயல்பாக்கினேன்! 

# வேண்டும்!

சில நொடிப் பார்வை வீசலும்
சிறு நடையும் நாளும் வேண்டும்
பிறரறியா ஜாடை பேசிடும்
பிரிவறியா மொழியும் வேண்டும்

பிடிக்கும் கைகள் எந்நாளும்
பிடியாய் நிலைத்திடல் வேண்டும்
விடிந்தும் கலையாத கனாவும்
விடியலின் ஸ்பரிசமும் வேண்டும்

தோல்வியில் துவளும் நேரம்
தோள் சேரும் உரிமை வேண்டும்
கனிரசத்து இதழ்கள் சேர்க்கும்
கனிவான சொற்கள் வேண்டும்

நித்தமும் நேரும் ஊடல் யாவும்
நித்திரைக்குள் மறைய வேண்டும்
அடிக்கடி மோதல் நிகழும் போதும்
அன்பே நீ என் அருகே வேண்டும் 

பசித்து இளைத்தேனென
கசிந்தது ஒரு வதந்தி
பசந்தே தவிக்கிறேன்
கசிந்து உருகுகிறேன்
அறிவாயா?

கசந்ததோ என் காதல்
நசிந்து நடுங்கி போனேனே
ஒசிந்து ஒழியும் முன்னே
இசைந்து ஒருமொழி
பகர்வாயா?

# நிலவு வஞ்சியவள்!

நிலவு வஞ்சியவள்!
நிலவு வஞ்சியவள் நிழலிதுவும்
நிஜத்தை மிஞ்சும் அழகினிலே

தண்ணீராடியில் முகம் பார்த்து
தாரகைப் பூக்களை சூடிக்கொண்டு
பகலோனுக்காய் காத்திருந்தாள்
நிலவு வஞ்சியவள்!!

தேடிவந்த மேகக்கூட்டம்
திகைத்து நின்ற நொடியினிலே
திண்ணமாய் நகர்ந்து சென்றாள்
நிலவு வஞ்சியவள்!

துமியாள்!
உன் பார்வையே தேவை!
தட்டச்சில் ததும்பும் காதலும்
உணர்ச்சிகளற்று இருக்குதடி!

விறலி!
உன் விரல்படாது
வரிவரியான வருடல்களும்
விழலுக்கிறைத்த நீராகுதடி!

இளம்பிடிக்காய்
என் கைகள் காத்திருக்க
இளம்பிடி உன் கைபேசி தரும்
முகவடியாகவும் மகிமையிழக்குதடி!

நேரமறந்த
புலனத்து அழைப்புகளும்
நூராயிரம் குரல் செய்திகளும்
நிசப்தமாய் நீ நேரில் நிற்க
நிகராகுமா சொல்லடி நுவலி! 

# சிற்பத்தில் பெழழி!

மயில்தோகை மறைத்திவள்
        குழல்தோகை விரிப்பாளோ
கடைவிழிப்பார்வைக்காய்
        புடைசூழக் கிடப்பாளோ
கவியெழுதக் காத்திருந்து
        காலங்கடந்து போனதோ
எழிலழகில் எத்தனித்தும்
        எண்ணம் வரமறுத்ததோ

வடிவுக்கு உடந்தையாய்
        கொடியாய் இடையிருக்க
முடிமுதல் அடிவரை
        மடந்தையிவள் ஈர்த்திருக்க
மலர்பாதம் நோகாது
        முளரிப்பூ விரிந்திருக்க
அங்கமெங்கும் அணிகலன்கள்
        அவளழகில் லயித்திருக்க

மெல்லிடையாள் நடந்துவர
        மேகலையும் நழுவிடுமோ
மென்குரலாள் இசைத்திருக்க
        மண்ணுலகம் உயிர்த்திடுமோ
மூதடையா மேனிகண்டு
        மாதர்மனம் அவ்வியுமோ
கலைவண்ணத்துச் செறிவினிலே
        சிலையென்பதும் மறந்திடுமோ

மையேந்தும் விழியழகே!
உன் கைத்தீட்டும்
கண்மையாய் கருவிழியடைந்து

உன்னில் கரைந்து
காணாமல் அழிந்து
மீண்டும் உயிர்த்தெழுகிறேன்
உன் விரல் தீண்டும் நொடியில்!

நெத்திலி கண்ணழகி!
நில்லாத இமையழகி!
நெசத்துக்கு அஞ்சாத
நல்வாக்கு நாவழகி!

நீ வடித்த ஒத்த சொல்லில்
நீர் வடிக்குதடி தேனுமிங்கே!
நோஞ்சானென்று சொன்னாலும்
நாணமோ அச்சமோ இல்லையடி!

நிமிர்ந்த நடை நீ பழக
நிழலாய் பின் வருவேனடி! 

என்னடி யோசிக்கிறாய்?
என்னைத்தான் யோசிக்கிறாயா?
மண்ணை நோக்கியது போதுமடி
சற்றே நிமிர்ந்து பாரேன்
உன்னை ஊரே நோக்குதடி!

உன் நழுவிய கூந்தலைக் கண்டே
இலை நழுவ விட்டதோ தாவரம்!
நீர் பட்ட இலையில்
உன் முகம் தெரியுதோ!

உற்று நோக்கிப்பார்
உன் பின்னே காத்துக் கிடக்கும் 
என் முகம் தெரியுமடி!

# நிழலாய்ப் பின் வருவேனடி!

தெய்வத்தை தரிசிக்க நீ
கிளம்பும் போதெல்லாம்
என் விழிகளோ
உனை தரிசிக்க காத்திருக்கு!

கட்டிவைத்த பூக்களும் நீ
கோவிலுக்கும் செல்லும்
கணத்திற்காகவே காத்திருக்கு!
சிலைகளின் அலங்காரமெல்லாம்
செயலிழுந்து போகுதடி சிட்டே!
சீர்மிகு சீலையில் உனைக் கண்டநொடியில்

அளந்து வைத்தாற் போல்
அழகாய் நீயிட்ட திருநீற்றில்
அரையடி ஸ்கேலும் தோற்றே போகுமடி!

உன் கால்கள் தாங்கக் காத்திருக்கும்
காலணி போல் ஏங்கி நிற்கிறேன்!
காலமெல்லாம் உன் எண்ணம் தாங்கிட!

# புரியாத புதிர்!

இருளறியா நார்வேயும்
        இருண்டது உன் கூந்தலில்!
இருள் சூழ்ந்த அமேசானும்
        ஒளியுறும் உன் விழிக்கீற்றில்!

பெர்முடாவின் ரகசியம் மீறும்
        புதிராகுதே உன் பெண்மை!
புளூட்டோ கோள்நிலையாய்
        பலமிழக்குதே என் ஆண்மை!

பால்வெளி தாண்டி அறியாத
        பலவும் புரிந்தது பார்வையில்!
வையத்தின் வியப்புகளெல்லாம்
        வகையாய்ப் பெண்ணின் போர்வையில்

# தொடரும்...!

நினைத்தது போதுமென்று
நூறு முறை தவிர்த்துவிட்டேன்
மறக்க நினைத்த மணித்துளிகளை
மடியேந்துகிறது உன் நினைவலைகள்

கால்களை நீர் நனைக்க
காதல் விழிகள் நனைத்தது
தொட்டுத் தொடரும் அலைபோல
விட்டு விலகா எண்ணங்கள் ஏனடா! 

# நடன நாயகி

திருநீலனின் கொடிகொட்டியும்
    திருமாலின் குடக்கூத்தும்
தீர்க்கமான உன் அவிநயத்தில்
    தள்ளாடி தோற்றுப்போயின

நாட்டியசரித்திரம் தந்த பரதமும்
    நுணுக்கமும் கூத்தநூலும்
நயமான உன் நிருத்தத்திற்கு
    நற்சொற்கள் தேடியலைந்தன

வண்ணமலர் உன்னகம் காண
    வாழும் தளிச்சேரியெங்கும்
வண்டாய் படையெடுத்தனர்
    வானத்து தேவதைகள்

சொக்கம் நீ ஆடக்கண்டு
    சொக்கிய கண்கள்பல
சாந்திக்கூத்தின் எழிலையே
    சோழரும் சிற்பமாக்கினர்

நட்டுவர்களின் நல்லுரையில்
    நளினமான நின் நடனங்காண
நாடகச்சாலைகள் நிரம்பின
    நிருத்த மண்டபங்கள் நீண்டன 

# நீராய் வந்த நாரியே!

நீராய் வந்த நாரியே! என்னுள்
வாரியாய் சூழ்ந்த காரிகையே!

குடிநீரே உனில் அகம் குளிர்ந்தேன்
வான்நீரே உன்னால் இகம் சுகித்தேன்
செந்நீராய் என் உடல் நிறைந்தாய்
வாய்நீராய் எனை வாழவைத்தாய்
விழிநீராய் வலியின் வழிவந்தாய்
வியர்வையாய் உழைப்பில் உடனிருந்தாய்

காவிரியே உனைக் காணவே
காலம் மறந்து காத்திருக்கவா?
புண்ணிய கங்கையாய் நீவரவே
பாவங்களை உன்னுள் கறைக்கவா?
நர்மதை நதியின் நளபாகமாய்
நாள்தோறும் உனை உன்னவா?

உள்ளம் கவர்ந்த உன்னத ஊற்றே
இதய அகழ்வின் இன்பக் கிணறே
தெவிட்டாச் சொல்லின் தேன்குளமே
நளின வளைவுகளின் நன்னதியே
ஆனந்தம் அள்ளித்தரும் அன்பருவியே
கண்ணே! கவிதையே! காதல்கடலே!

"

# என்ன நாம் பேச...

அறிமுகப்படலத்திற்கே
ஆறுநாள் எடுத்தது!

எங்கே துவங்கவென
அடுத்த சொல்லை
தேடிப்பிடித்து திக்கித்தினறி
சிந்தித்துச் சிந்தித்து
சுயசரிதம் சொல்லிமுடிக்க
சிலபல நாட்கள்!

பிடித்தது பிடிக்காதது
பெயரளவில் பரிமாற
பின்வரும் நாட்கள்!
உண்டது என்ன? முதல்
உலக அரசியல் வரை
உளறிக் கழித்த நாட்கள்!

சொல்லாத சில சொற்கள்
சொன்ன சொற்ப சொற்களென
சிந்தனையின்றி சிந்திய நாட்கள்!

மீண்டும் முகம் பார்த்து
மூளைக்குள் நுழைந்து

மனதுக்குள் மறைத்து
மிச்சம் மீதி தேடிப்பிடித்து
மெல்ல செல்லமாய் மொழிந்து
மௌனத்தின் முடிவில் இந்நாள்!

# முடியாத முருகு!

ஒத்தபனைக்கள்ளா
ஒளிரும் உன் பார்வை கிறக்குதடி!
ஒசக்க பறந்த என் உசுரு
ஒடுங்கி உன் காலில் கிடக்குதடி!

சொல்லாத உதடும் கூட
சொக்கி நிக்கதான் வைக்குதடி!
கரிக்கோலும் தீட்டத் துவங்கி
கணுக்கால் தாண்ட தவிக்குதடி!

போதும் போதுமென்றே
பொய்யுரைத்து போகும் பேரழகி!
போதாது போதாதென்றே
தமிழுரைத்து வருமே உன் பின்னோடி!

# வேல்விழி!

மண்ணீர்த்த உன் கண்ணீரும்
மலர்களாய் பூத்து மணக்குதடி!

வான்நீர் உன் விழிநீரும்
வீழ்ந்தும் வாழ்வை தரும்
வல்லமை கொண்டதடி பெண்ணே!

ஆயுதங்கள் எல்லாம் ஏதுக்கடி!
ஆழம் நோக்கி ஆளைக் கொல்லும்
ஆற்றல் கொண்ட உன் விழிகள் இருக்க!! 

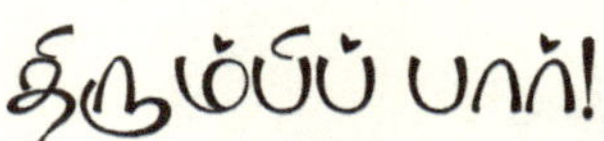

# திரும்பிப் பார்!

உனை நான் பார்ப்பதை
உறுதிப்படுத்தவே திரும்பினாயோ!
உன் பின்னே நான் வருவதை
ஊக்கப்படுத்தவே திரும்பினாயோ!

அல்லிப்பூ சிரிப்பில் எனை
அள்ளிக்கொண்டு போறவளே!
நடுவகிடு பின்னலிலே
நடக்கும் பாதை மறந்தேனடி!

கள்ளூறும் கண்ணழகில்
கட்டுறவி நெஞ்சில் ஊறுதடி!
நாயகியாய் நீ வரவே
நிழலாய் பின் தொடர்வேனடி! 

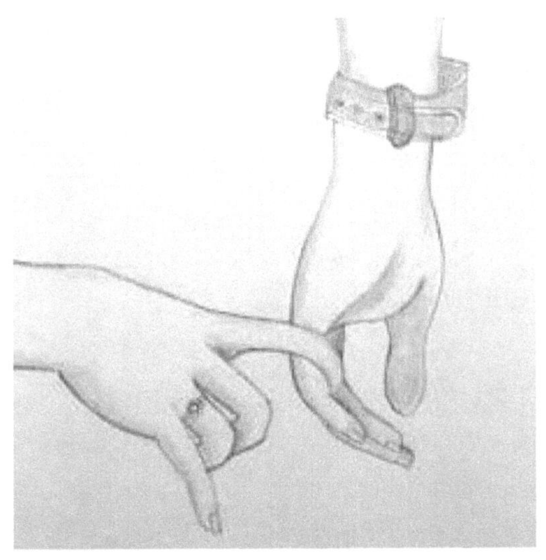

வன்மத்தோடு வேடனாய் நீவரவே
மன்றாடும் இரையாய் தோற்றிடுவேன்!
நண்பனாய் நீயும் நெருங்கிவரவே
அன்பின் துணையோடு வென்றிடுவேன்!

தேடல் ஆணையின்றி
உன்னுள் ஒளித்திருக்கும்
என்னை தேடித் தொலைந்தேன்!

விடுதலை உத்தரவு தந்து
வெளியேற்ற எண்ண வேண்டாம்!
மரணம் வரை ஆயுள் கைதியாக
கட்டளை பிறப்பித்துவிடு!

# கொலுசே! கொலுசே!

காலை வெட்கத்தில்
கணிசமான சினுங்கல்..
அடுக்களை வேலைகளில்
அடாவடியான சத்தம்...

நாள்தவறா பணிகளில்
நயமானதொரு சந்தம்...
கோபத்தின் விளிம்புகளில்
சீரற்று மாறும் அதிர்வுகள்...

காத்திருப்பின் பதைபதைப்பில்
தாளமறந்த இரைச்சல்...
இரவு நேரம் நெருங்கையில்
இனிமையான இசையொலி..

தன்னைமறந்து
உன்னை உணர்த்துதடி
உன்
வெண்ணிறத்து கொலுசு!!

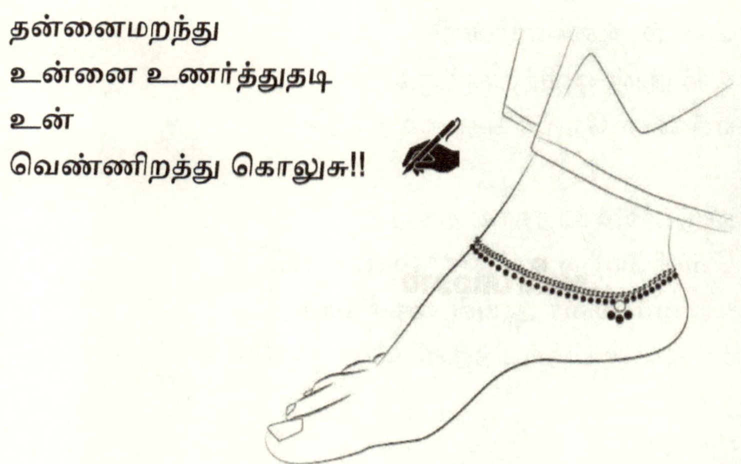

# சித்திரம் பேசுதடி!

வண்ணத்தின் வழிவந்த
எண்ணத்தின் ஏகாந்தமே!
பின்னல் மறந்த குழலாள்
பின்னும் இரு கரத்தாள்

என்னவள் அருகிலிருக்க
எந்நாளில் வாய்க்குமோ?
கன்னியிவள் சித்திரமும்
கண்விழித்து மின்னியதே!

உன்னவனாய் வாழ்ந்திடும்
பொன்னாளே என் நாளோ! 

விண்ணை முட்டும் கோபுரத்தை
வியந்து நிற்கும் வஞ்சனியே!

மனிதன் செதுக்கிய சிலையழகு
மங்காது முன்னோர் புகழ் பாட
இறைவன் செதுக்கிய உன்னழகில்
இருக்கும் உளியெல்லாம் வியக்குதடி! 

# ஐம்பூதமும் அவளே!

நீராய் நீயிருக்க
நின்னுள் கலந்து
நிறமறந்து போவேன்

தீயாய் நீ எதிரிருக்க
தழலாய் உனை கலந்து
தனையிழந்து திரிவேன்

விண்ணாம் உனையணைக்க
வண்ணமில்லா நீராவியாய்
வகையாய் வந்தடைவேன்

கலந்தே நாமிருக்க
கலவை வளிமங்களின்
காற்றும் கலங்கி நிற்கும்

மண்ணாய் நீயிருக்க
மயங்கி உன்னுள் கிடந்து
மறு உயிராய் உருவெடுப்பேன் 

# வழிவிடு!

மதிமுகத்திடம் மயங்கி
மதியிழந்து தவிக்கிது
மேகக்கூட்டம்!

வடிவழகின் வனப்பில்
வழிமறந்து நின்றது
வான்மழை!

ஒருவரை ஒருவர்
ரசித்தது போதும்

ஒதுங்கி நீ நின்றால்
சுற்றமும் சற்றே
செழுமை பெறும்!

# தாலாட்டு இசைப்பாயோ

பௌர்ணமியின் பாதையில்
    பாதியில் நின்ற பிறையிது!
படுத்துறங்க பாங்காய்
    பாய்மரத்தை பின்னியது!

பிடித்த மீன்களெல்லாம்
    பேதையவள் கண்களாயிருக்க
பிறைநிலவோ நீயுமிங்கே
    பெண்முகத்தின் நீனைவீந்தாய்!

தூண்டிலும் சோர்ந்திருக்கு
    தோணியும் துவண்டிருக்கு
தேன்மொழியாள் எண்ணமோ
    தூக்கமறக்க செய்யுதென்னை!

தொட்டிலான பாய்மரத்தை
        திங்களே தோளிலேந்தி
தேன்தமிழில் தெவிட்டாத
        தாலாட்டும் இசைப்பாயோ!

என்னவளும் ஏக்கத்திலே
        என்நினைவில் கிடந்திருப்பாள்!
எனக்கிசைத்த பாடலிதை
        ஏற்றவளுக்கும் கிடைக்கச்செய்!

மருதோன்றிக் கைகளுக்கு
        மைவிழியும் துணைநிற்கும்!
மங்கையயவள் கண்ணுறங்க
        மெல்லிசையால் நீ வருடு! 

# மழைக்காதல்

உச்சி முதல் பாதம் வரை
ஒளிக் கதிரால் உயிரூட்டி
உன் அழகில் லயித்தன
மின்னல் கீற்றுகள்!!

மின்னலோடு சேர்ந்து
மருகிக் கிடக்கும்
என் பார்வையும்
மாளாமல் தவிக்கும்!

என் மனத்துடிப்பையும்
மறைத்துத் துணைநின்றது
இடியின் இரைச்சல்கள்!

மலிரினும் மெலிதான
மேனியை நனைத்து
மண்ணிறங்க மனமில்லாமல்
முழு உடலும் மூடி
மோகத்தில் மூழ்கின
மழைத்துளிகள்!!

# கெட்டி மேளம்!

கட்டியிருக்கும் தாலியோடு
ஒட்டியிருக்குதடி என் உசுரு!

ஈட்டுப்பொருளா உன்னோடு நானிருக்க
மீட்டெடுக்கும் எண்ணமேதும்
சிட்டே! வாழ்விதில் இல்லையடி! 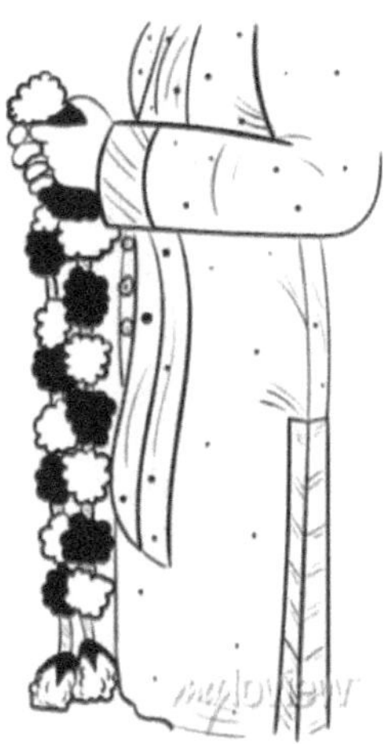

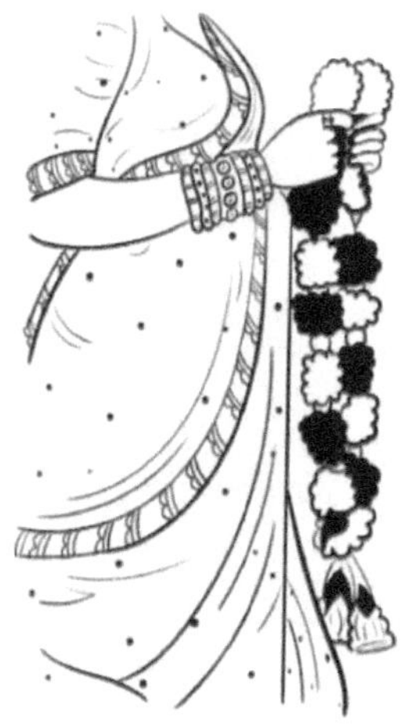

# பொன்விலங்கு

இதமாய் அன்பில் வருடும்
உன் அணிச்சம் விரல்கள்
இதயத்தின் அரவணைப்பை
இனிதாய் உறைக்குமடி!

கடுஞ்சினத்தின்
காரிருளை நீக்கி
கருத்தின் ஒளியை
கிடைக்கச் செய்யுமடி!

என் கைகளின்
கோபமெல்லாம்
உன் பூவிரலின் தொடுதலில்
காணாமல் போகுதடி!

என் கால் விரல்கள்
கட்டும் நாள்வரை
உன் கை விரல்களை
பற்றியே இருப்பேனடி! 

# கதைக்கத்தான் ஆசை!

நாழிகை நாள் மறந்து
நோய் பிணி தனை மறந்து
கதைக்கத்தான் ஆசை!

உள் நாக்கு வறளும் வரை
ஊர் அரவம் அடங்கும் வரை
கதைக்கத்தான் ஆசை!

கணவன் மனைவி உறவு கடந்து
ஆணாம் பெண்ணாம் இனம் கடந்து
கதைக்கத்தான் ஆசை!

ராஜாங்கத்தின் குறைகள் என்னென்ன
ராகதேவன் இசைநுட்பம் என்னென்ன
கதைக்கத்தான் ஆசை!

இயற்கை கண்டெடுத்த மனிதன் முதல்
மனிதன் கண்டறிந்த இயற்கை வரை
கதைக்கத்தான் ஆசை!

முடிவுரை ஏதும் இன்றி
முற்றுப்புள்ளி தானும் இன்றி
கதைக்கத்தான் ஆசை உன்னோடு
கதைக்கத்தான் ஆசை!!!

# படைத்துறை வீரன் கருவுற்ற மனைவிக்கு எழுதும் கடிதம்

என் உயிரின் உயிரே!
என் பிள்ளையின் தாயே!
நேரத்திற்கு உண்டுவிடு!
நெடுநேரம் விழிக்காதே!

அலைக்குறிகை வரும் நேரம்
அலுக்காமல் அழைப்பேனடி!
அடுத்த வினாடி திண்ணமில்லை
ஆனாலும் அன்பை மறவேனடி!

ஆகாயவிமானப் பயணமெனில்
அரை நாழிகையில் முடிந்துவிடும்!
அமைதியான தொடரிப்பயணம்
ஆழ்மனதையும் உலுக்கிவிடும்!

இணையா தண்டவாளம் போல்
இருப்போம் என எண்ணாதே
ஈடில்லா என் இந்தியத்தாய
இம்மையில் எமைக் காப்பா

பிறப்பது ஆணோ பெண்ணோ
பற்று நாட்டில் வைக்கப் பழக்கு!
பாரறிவையும் பகுத்தறிவையும்
பகிர்ந்தளிக்க மறக்காதே!

நீண்ட நடை, நீச்சல் பழக்கு
நேர்மையின் மகத்துவம் சொல்!
அன்பும் அறமும் பயில்வதோடு
அரசியலையும் கற்றுக்கொடு!

வளர்ந்துவரும் விஞ்ஞானமே
வாசம், தொடுதல் மறந்ததேன்?
விளையப்போகும் புத்துயிர்க்காக
வழியாக்கு அலைபேசியில்!

பெட்டிக்குள் நான் வந்தால்
பீதியடைந்து விடாதே!
பெட்டிமட்டுமே வந்தாலும்
பயம் கொண்டிடாதே!

ஓராண்டில் உலகம் மறக்கும்
ஒடுங்காதே! உழைப்பை நம்பு!
ஒற்றைப்பிள்ளை ஆனாலும்
ஒழுக்கமாய் நாட்டுக்களித்திடு!

# மனைவியின் பதில் கடிதம்

கடுங்குளிரங்கு வாட்டுதோ
கண்ணிமையும் நடுங்குதோ
காலை மாலை குழம்புதோ
காலம் மாறும் கலங்காதே!

எட்டி உதைக்குது உன் பிள்ளை
எல்லைக்காண விரைவு போலும்
எனைப்போல நம் தேசத்தாயும்
எதிர்பார்க்கிறாள் நம் பிள்ளையை!

அத்தையின் பாசம் அளவற்றது
அதட்டும் நேரமும் அன்பேதெரியுது
பத்திய உணவும் பானங்களும்
பச்சைக்காய்களும் நித்தமுண்டு!

முன்கட்டில் அத்தையின் கூட்டம்
முக்காலமும் மாறாது பேசிவரும்
மறைந்த மாமனின் ராணுவக்கதை
மாறினால் மகனார் கதைசேரும்!

பேராசை ஒன்று எனக்குண்டு
பேரன் பேத்தி அமர்ந்திருக்க
போர்க்கதைகள் நீயுரைக்க
பெருமிதத்தில் நான் சிரிக்கணும்!

வெற்றிக்கு மட்டுமே போரல்ல
வேற்றுமை அகற்றவும்தான்
வேறோர் நாட்டவனானாலும்
வேதனையில் அங்கும் தாயுண்டு!

மாற்றான் தேசத்தோடு நீ போராட
மனிதம் கடமை உன்னுள் போராடும்
மயங்காதே! மனங் கலங்காதே!
மானுடதர்மத்தில் மன்னிப்பும் உண்டு! 

# ஆண்வாச அடுப்படிக்காரன்

அழகாய்ப் பெண்ணொருத்தி
ஆக்குபறையில் அடங்கியிருக்க
அறிவுப் பெண்டிர் தேடியவன்
அண்டமெங்கும் அலைந்துவந்தான்

அறிவும் அழகும் அள்ளிவைத்த
அகமுடையாள் கொண்டவனோ
அன்பைத் தொலைத்தேனென
அகிலமெங்கும் தேடிவந்தான்

ஆண்வாச அடுப்படிக்காரன்
ஆற்றாமையில் அழுத்துவங்கி
இல்லாளே இல்லாதவனின்
இயலாமை இயம்பினின்றான்

அரைகுறை உறவெனவே
அங்கலாய்ப்பில் திரிவோரே
அதுவும் எதுவும் இல்லாதார்
அகவாழ்வு அல்லல் அறிவீரோ! 

# எல்லாம் அவன் செயல்

போர்க்கொடி தூக்கும் நேரமெல்லாம்
பொறுமை காத்து நின்றாள்
பொறுமை காக்கும் பொழுதெல்லாம்
பேசாமல் பேதை கடந்தாள்

பேசாது கிடந்திருக்கும் பலநேரம்
பேரழிவைப் பாங்காய் தவிர்த்தாள்
பேரழிவு எதிர்வரும் கணங்களில்
பிடியில் பிடிவாதமாய் நின்றாள்

பிடித்திழுத்து குடும்பம் சேர்த்து
பெருந்துயர் விலகச் செய்வாள்
பெருந்துயர் கரையும் நொடியிவள்
பாடுகளை ஊர் மறந்து போகும்

# ஆபரணங்கள்!

சத்தமில்லாமல் நடக்க
எத்தனித்துப் பார்த்தும்
எட்டி வைக்கும் போதெல்லாம்
கெட்டிமேளத்தை
நித்தமொரு முறை
நினைவூட்டுதடி
மெட்டிச் சத்தம்!

ஒற்றைச் சலங்கைக்குள்
ஓராயிரம் அர்த்தங்கள்
தாபத்தையும்
கோபத்தையும்
கோலேற்றுதடி உன்
கொலுசுச்சத்தம்!

புடைத்து அரிசியை
களையும் தருணம்
கழுவிய மீனுக்கு
கரைக்கும் புளியென
மடையறை ரகசியங்களை
மறைக்காமல் சொல்லும்
மோதிரமும் வளையலும்!

முத்து கட்டிய கம்மலது
மும்முரமாய் உன்
முகபாவனைகளுக்கு
முட்டுக்கொடுக்குதடி!

மாலை விளக்குக்கு
மாற்றாய் ஒளிரும் உன்
மூன்று கல் மூக்குத்தி!

எல்லாத்தையும் தொலச்சிட்டு
ஏமாளியாய் வந்து நின்னேன்!

சித்தத்துடன்
மொத்ததையும்
செப்பனிடக் காத்திருந்தது
மணிக்கழுத்து மஞ்சள் கயிறு!

# பிரியாதே பிளவை தாங்காதே

பிரியாதே பிளவை தாங்காதே - உனைக்
காணாதே கண்கள் மூடாதே
மறவாதே மனதை மறைக்காதே - விட்டு
விலகாதே உறவை வதைக்காதே

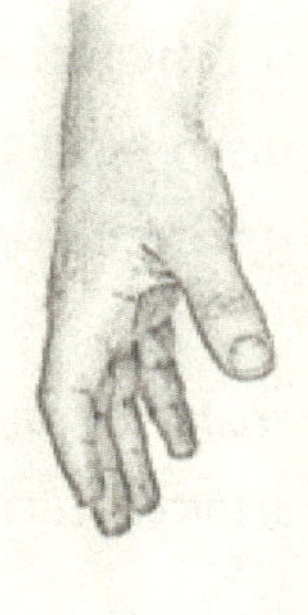

ஒளியில்லா கதிரைப்போலே
மணமில்லா மலரைப்போலே
உயிரில்லா உடலைப்போலே
உணர்வில்லா உயிராயானேனே

மின்னலின் கீற்றென
முதல்பார்வை துளைக்க
மின்மினியாய் ஒளிவீசி
மனமாடம் ஒளிர்த்தேன்
சினம்பல சேர்ந்தே
சிகரங்கள் தொடவே
பார்வெப்பம் தாங்கா
பனிப்பாறை சிதைந்தேன்

பிரியாதே பிளவை தாங்காதே - உனைக்
காணாதே கண்கள் மூடாதே
மறவாதே மனதை மறைக்காதே - விட்டு
விலகாதே உறவை வதைக்காதே

உருகிய மெழுகில்
ஒளிந்திருக்கும் திரியாய்
உள் நினைவில் மிளிர
உளமாற தவித்தேன்
கண்ணிவெடி காதலிதை
காணவே திரும்பிடாதே
நெருங்கிவரும் நேரமதில்
நமனே நண்பனாவான்

பிரியாதே பிளவை தாங்காதே - உனைக்
காணாதே கண்கள் மூடாதே!
மறவாதே மனதை மறைக்காதே - விட்டு
விலகாதே உறவை வதைக்காதே

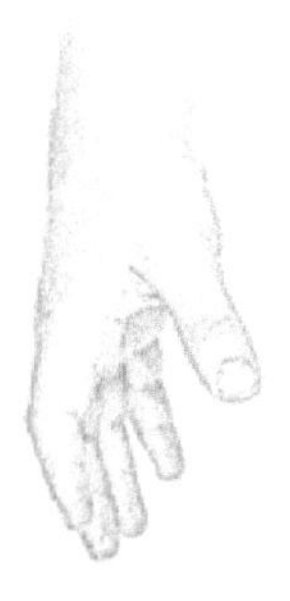

# முட்டாளடி நான்!

மனமுடித்து இன்று வரை
மகிழ்ச்சியின் நொடிகளில் உன்
முகம் பார்த்து ரசித்ததில்லை

அலுவல் முடிந்து நீ வந்தவுடன்
அடுக்களைக்குள் நுழையும் போது
அய்யோ பாவம்! என்றும் எண்ணியதில்லை

நடுநிசியில் அழைப்பான் அழுத்த
நிலைதடுமாறி நீ வந்து திறக்க
நமசமாய் நகைத்ததும் இல்லை

மும்முரமான சமையலின் நடுவே
முனுமுனுப்பாய் சில பாடல்கள்
மிகவாய் ரசித்தும் பாராட்டியதில்லை

பிணியில் நீ உறங்கிதாய் நினைவில்லை
படுத்தும் ஏனென்று கேட்ட வழக்கமில்லை
படித்தும் முட்டாளெனவே மன்னித்துவிடடி 

# மீண்டும் வருவேன்!

நினைக்கவேயில்லை!
நீயில்லாத நாளொான்று
நேருமென்று!

நெடுந்தூர பயணம்!
நிழலாய் உன் பார்வை வேண்டும்!

உன் செவிகள் கேட்கவே
என்னிதயம் துடிக்கும்!
சுற்றிவரும் சொற்களெல்லாம் உன் குரலிலேயே
ஒலிக்கும்!

உன் சுவாசித்தின் வாசமே
என் வளியாய் மாறும்!
மீண்டும் நெருங்கும் நாளில்
இல்லாமல் போனதெல்லாம்
இனி இல்லாமல் போகும்! 

# நெஞ்சம் மறப்பதில்லை!

படக்கென்று நீ
பாராதது போல் பார்த்த
பிள்ளைப் பார்வை!

ஊரோரமாய்
உன் பெயர் தாங்கிய
ஓட்டுக்கடையின் பலகை!

உன்னை மறந்து
நீயுரைத்த என் பெயரின்
ஓரிரு எழுத்துகள்!

இடம் கிடைக்காமல்
என்னனருகில் நீயமர்ந்த
பேருந்துப் பயணம்!

நானாய் நானில்லாமல்
நினைவிழந்து போனாலும்
நிலம் வாழும் வரை
நெஞ்சம் மறக்காது!!

# மங்களம் பாட்டி!

மடிவேட்டி காயவைத்து மல்லிப்பூ இட்லியோடு
மாத்யானத்துக்கு பஞ்சாத்திர
உதிர்னி வைத்து

மாதப்பிறப்பு அம்மாவாசை
மாறாத தர்ப்பணத்திற்கு
மடிசாரில் மங்களமாய்
மின்னுவாள் நிதமும்

மூக்குக்கண்ணாடியிலும்
மாறாத வெள்ளெழுத்தும்
மூன்றாம் காலாய்
கைத்தடியது வந்தபின்னும்

முன்வழுக்கை முழுதாய்
பின்வரை தொடர்நதும்
மூச்சுக்கொருமுறை
மங்களமென்பார் தாத்தா

மின்னஞ்சல் யுகத்திலும்
மஞ்சள் குங்குமத்தோடு
மிகுதி அலங்காரமில்லா
மிருதுவான புடவையிலும்
மிடிமையில் மறக்கடிப்பாள்

நுரை ததும்பும் பாட்டியின்
குழம்பியோடு
நெகிழ்வாய்த் துவங்கும்
தாத்தாவின் காலை
மணக்கும் அவளின்
மிளகு ரசமும் மினுக்கில்லா
பருப்பு துவயலும்

நெடுந்தூர பயணமிதல்
நல்லாள் அவளன்றி
நிச்சயம் அவர் வாழ்வில்
ஓரணுவும் அசையாது

# நல்லுறவு நாயக்மே!

நகையும் நட்டும்
நீ கேட்ட நினைப்பில்லை
நாலு சுவரத்தாண்டி
உன் வாழ்வு நீண்டதில்லை

நோயிலோ பிணியிலோ
நீயுறங்கி பார்த்ததில்லை
நல்லதோ கெட்டதோ
நீயில்லாம எனக்கில்லை

நல்வீரன் பெருமிதமெல்லாம் உன்
நக்கல் சிரிப்புல நொறுங்கும்
கூப்பிடும் குரலின் தொணியில்
குறிப்பறிந்து உன் பதிலிருக்கும்

கோடைக்கால வெப்பமும் அலுப்பும்
குளிர்ப்பார்வையில் காணாமல் போகும்
வறுமை நாளின் வாட்டமும்
வெண்சிரிப்பில் வீழ்ந்து மறையும்

பிறப்படுத்து இருந்ததுன்னா
உன் பொண்டாட்டியா வாழனும்
பாசாங்கில்லா பாசத்தில
பல நிலவு பார்த்திடனும்!

வர்த்தினி | 113

# காதலாடு காதை

பூக்களைத் தூவி தொடங்கிய முடிவில்லா
ஒப்பந்தத்தில்
ஸ்ருங்காரமாய் சில நாட்கள்

குறைகளோடு ஆராய்ச்சியில் கோயில்
ரத உலாவாய்
சலனத்தில் சில நாட்கள்

கண் பார்த்து குறிப்பறிந்து அகம் பார்க்கும்
கண்ணாடியாய்
பெருமிதத்தில் சில நாட்கள்

பொறுப்புகள் அகண்டு பிள்ளை பேருகள்
உதித்த
ஆனந்தத்தில் சில நாட்கள்

தொடுக்காத போரில் இதயத்தில் வெடி
வெடித்து
விரக்தியில் சில நாட்கள்

முந்நாட்களின் கவர்நிலையில் கண்ணுறங்கி
ஒருவருக்கொருவர் முகம் காணும்
விடியலுக்காய் மட்டுமே வாழ்வின் மீத நாட்கள்

# உனக்கான சொற்கள்

ஒத்திகை பார்க்காத சொற்கள்
ஒருமுறைக் கூட கூறாத சொற்கள்

ஓடோடி வந்து உதவாத சொற்கள்
ஒலிக்க மறந்து ஒழிந்த சொற்கள்

ஒளிந்து கொண்டு வெளிவராத சொற்கள்
ஒட்டிக்கொண்டு நாவைத்தாண்டா சொற்கள்

ஒடிந்து விழுந்து மண்ணீந்த சொற்கள்
ஒளிகாணாது உயிர்நீத்த சொற்கள்

ஒன்றா இரண்டா ஓராயிரம் சொற்கள்!
ஊமையான சொற்கள்!
உனக்கான சொற்கள்!

அவளன்றி என் நினைவில் யாருமில்லை
அவள் நினைவன்றி என்னிடம் ஏதுமில்லை

இனிதான் அவள் என்னவள் ஆவாள்
இனிதே அவள் என் உயிரும் ஆவாள்

கேட்க மனந்துடிக்கும் கேள்வியும் அவளே
கேள்விகள் தேடும் பதில்களும் அவளே

வெற்றிடம் தாங்கும் வெறுங்கை அவளே
வெற்றிகள் தேக்கும் வாகையும் அவளே

இதுவென இல்லாது எதுவும் அவளாய்
எதுவும் இல்லாத முடிவும் அவளாய்

என்னோடு அவளாக அண்டம் எனதாகும்
நானே அவளாக ஆசை அறுந்துபோகும்

# மூப்பின் முழுமையே!

உன்னோடு எந்தன்
வாழ்நாள் என்றாக
வயோதிகனாக
மறந்தேனடி!

கட்டியணைக்க வேண்டாம்!
கண்ணாடித் தொட்டி மீனாய்
கண்ணார உனை
கண்டிருந்தால் போதுமடி!

முத்தங்கள் எதற்கு?
முன்னே வந்து
முகம் காட்டடி!
என் மூப்பும் கூட 
முழுமையடைந்துவிடும்!

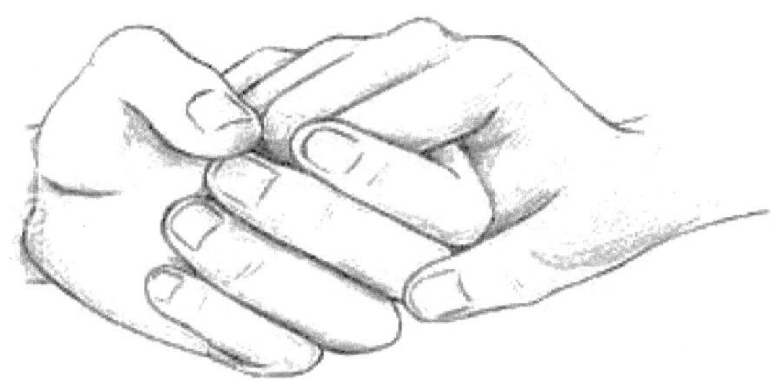

# எதிர்பாராத ஒரு நாள்!

எத்தனை வருடங்கள் கடந்து
எதிர்பாராமல் ஒரு நாள்!
உன் குரலில் என் பெயர்....

அழைப்பாயா அழைப்பாயா என
காத்திருந்த நாளெல்லாம் கடந்து
அசரீரியாய் இன்று இப்போது
மறந்தேனும் ஏதும் அழைத்தாயா?

வாயடைத்தேன், விழி நனைந்தேன்!
அகமகிழ்ந்தேன்,அண்டம் மறந்தேன்!
"நல்லா இருக்கியா"
பேச வரவில்லை, தலையயசைத்தேன்!
"வருகிறேன்" மீண்டும் தலையசைப்பு!

அரை நிமிடத்தில் முடிந்த உரையாடல்
அடி மனதுக்குள் நீண்ட சொற்பொழிவு!

"பெண் பிள்ளையாமே
நன்றாய் படிக்க வை!
நாலு காசு சேர்த்து வை!
நல்லது கெட்டது சொல்லிக் கொடு!

நினைத்ததை அடைய விடு!
நேரம் தவறாமல் உண்டுவிடு!
நாயகி நல்லாசை நிறைவேற்று!
நலமாக இரு!
நீண்ட ஆயுள் பெறு!"

நினைக்காத நாளில்லை எனும் போதும்
நெடுந்தூரம் சென்ற ரயிலாய் விழியில் நீ! 

www.ingramcontent.com/pod-product-compliance
Lightning Source LLC
Chambersburg PA
CBHW031334160726
47993CB00002B/668